இராஜ்ய பணியாளர்கள்- ஒரு அறிமுகம்

About the book

இராஜ்ஜியத்தின் பணியில் நமது இந்தியாவிற்கு வெளிநாட்டிலிருந்து வந்து ஆலயங்கள், மருத்துவமனைகள், பள்ளிகள் கல்லூரிகள் அமைத்து சுவிஷேசத்தை அறிவித்தனர். அவர்களில் சிலரைக் குறித்த அறிமுகம் இப்புத்தகத்தில் இடம் பெற்றுள்ளது. பல மிஷனெரிகள் இந்தியா வருவதற்கு இந்தியாவில் அப்போது இருந்த கிழக்கிந்திய கம்பெனியர் எதிர்ப்பு தெரிவித்தனர். பலவித பாடுகளை அனுபவித்து, இங்குள்ள மொழியினைக் கற்று நம் மக்களுக்காக தியாகம் செய்தனர். அவர்கள் செய்த அர்ப்பணிப்பின் அடிப்படையில் அமைந்துள்ள மருத்துவமனைகள், பள்ளிகள், நமது இந்தியாவில் இன்றும் கல்விக்கும், மருத்துவத்திற்கும் அடித்தளமாக அமைந்துள்ளது என்பது மெய்யானதாகும்.

சுயநலனும், பண ஆசையும் நிறைந்த இந்த உலகினில் இயேசு கிறிஸ்து மூலமாக தங்கள் பாவங்கள் மன்னிக்கப்பட்டு, நீதிமானாக்கப்பட்டோம் என்ற நிச்சயம் பெற்ற மாமனிதர்கள் பலர் தங்கள் வசதி வாய்ப்புகளை, செல்வங்களை மட்டுமல்லாது தங்கள் பெற்றோர் உற்றோரையும் தங்கள் தேசத்தையும் விட்டு விட்டு இந்திய தேசத்திற்கு வந்து கிறிஸ்துவை அறிவித்தனர். மூட நம்பிக்கையை அகற்றவும், கல்வி அறிவே இல்லாத பகுதிகளில் பாடசாலைகள், கல்லூரிகளை உருவாக்கினர். மருத்துவமே அறியாமல், மூட நம்பிக்கை மிகுந்த இடங்களிலெல்லாம், மருத்துவமனைகள் நிறுவினர். சீதோஷ்ணநிலை அவர்களில் உடல்நிலையினை பாதித்தது. இங்கு வந்து இங்குள்ள மொழியினைக் கற்று, எதிர்ப்புகள் பலவற்றை மேற்கொண்டு பல நற்காரியங்களைச் செய்துள்ளனர். இந்தியா

வந்த பல மிஷனெரிகள் மீண்டும் தங்கள் சொந்த செழிப்புள்ள நாட்டிற்கு திரும்பவே இல்லையென்பது குறிப்பிடத்தக்கது. சாதனைகள், சரித்திரம் படைத்துள்ளனர்.

பல மிஷனெரிகள் கல்லறைகளும் அவர்கள் தியாகமாக பணியாற்றிய இந்திய மண்ணிலே உள்ளது. எங்கிருந்தோ வந்து நமது நாட்டிற்கு தொண்டு செய்துள்ளனர். நமது தலைமுறையினர் பரிசுத்த தேவனை அறிய, நாம் சாட்சியுடன் வாழ்வதோடு, நமக்கு தேவன் கொடுத்துள்ள திட்டங்களைச் செய்து, நாமும் சரித்திரம் படைப்போம்.

'கிறிஸ்துவினுடைய அன்பு எங்களை நெருக்கி ஏவுகிறது; 2கொரிந்தியர் 5 :14a'

கிறிஸ்துவின் அன்பு நெருக்கி ஏவப்பட்ட படியினால் பள்ளிகள் அமைத்து,ஆலயம் அமைத்து சுவிசேஷம் அறிவித்தார்.

பிதா என்னை அனுப்பினது போல நானும் உங்களை அனுப்புகிறேன் என்று இயேசு

கூறியுள்ளார். யோவான் 20:21b. எனவே நம்மை நம்பி அவர் தந்திருக்கின்ற நோக்கத்தினை சிறப்பாக முடிப்பதே தேவ சித்தமாகும்.

TABLE OF CONTENTS

முன்னுரை:

இந்தியாவின் நிலையினை அறிந்து, அயல்நாட்டிலிருந்து இங்கு வந்து, பல பாடசாலைகள், கல்லூரிகள், மருத்துவமனைகளை நிறுவிய பல கிறிஸ்தவ மிஷனரிகள் உண்டு. அவர்களில் ஒரு சிலரைக் குறித்து இப்புத்தகத்தில் வாசிக்கலாம். அவர்கள் நாட்டின் செல்வ செழிப்பினை விட்டு விட்டு, மிகுந்த தியாகமாக இங்குள்ள சீதோஷ்ண நிலை யாவற்றையும் பொருட்படுத்தாமல் தனது தாலந்து, கல்வியினை, தங்கள் நாட்டிலிருந்து கிடைத்த செல்வங்களையும் பணி செய்த இந்தியாவிலுள்ள பணிக்காக செலவிட்டனர். அயல்நாட்டில் இருந்து மிஷனரிகள் இங்கு வந்து, மொழியினை கற்று. அதன் பின் மக்களோடு பழகி பணி செய்தனர். நம்மில் எண்ணற்றோர் அவர்கள் உருவாக்கிய, மிஷனரி ஸ்தாபமான பள்ளிகளில் படித்து. மேல் நிலைக்கு

வந்துள்ளோம். CMC மருத்துவமனை மூலம் பலதரப்பட்ட மக்கள் வியாதி நீங்கி சுகம் பெற்று சென்றுள்ளனர்.

பரலோக ராஜ்ஜிய பணிக்காக அன்றைய காலத்தில், தமிழ்நாட்டிலும் மற்ற பகுதிகளிலும், மிஷனரிகள் தியாகமாக செய்த பணிகள் மூலம் ஆண்டவரை ஏற்றுக்கொண்டவர்கள் பலர். மிஷனரிகளின் வாழ்க்கை தியாகங்களை படித்து அறியும்போது, கிறிஸ்துவின் அன்பினால் அதை செய்தனர் என்று அறிகிறோம். நாமும் நம் மீது கிறிஸ்து வைத்துள்ள அன்பினையும், இரக்கத்தையும் நினைத்து, நம்மை மீட்டுக் கொண்ட கிறிஸ்துவுக்காக நம்மால் இயன்றதை அவருக்காக இன்றிலிருந்து, இறுதி மூச்சு வரை செய்ய அர்ப்பணிப்போம்.

மிஷனெரி சரித்திரங்கள்

சாராள் தக்கர்

பெண்களுக்கென்று பள்ளியோ, கல்லூரியோ, பாளையங்கோட்டையில் இல்லாத காலம் 1890-ல் 5 பெண் குழந்தைகளுடன் ஆரம்பிக்கப்பட்டது.

இங்கிலாந்து தேசத்தில் இரு கால்களும் ஊனமுள்ள பெண் சாராள் டக்கர். தென்னிந்திய சமுதாயத்தில் பெண் அடிமை, பெண்கள் படிக்க தடை இருந்த காலத்தின் நிலைமையினை ஆலயத்தில் ஒரு Missionary விளக்கிய போது அவருக்கு மிகுந்த பாரம் ஏற்பட்டது. தனது சகோதரர் பாளையங்கோட்டை வந்த போது, தன் நகைகளையும் தோழிகளிடம் collect பண்ணின பணம் மூலம் சாராள் டக்கர் பள்ளி ஆரம்பிக்கப்பட்டது. 1858-ல் சாராள் டக்கர் பள்ளி கட்டப்பட்டது. அவர் ஒருமுறை கூட இந்தியா வந்ததில்லை,

அவர் மாற்றுத் திறனாளி. இப்போது சாராள் டக்கர் மேல்நிலைப்பள்ளி, சாராள் தக்கர் மகளிர் கல்லூரி, சாராள் டக்கர் தொடக்கப் பள்ளி பல இடங்களில் உள்ளது.

சார்ஜென்ட் (1835-1889)

பாரிஸ் நகரில் எட்வர்ட் சார்ஜென்ட் பிறந்தார். கிழக்கிந்திய கம்பெனியில் சேவை செய்ய இவரது தந்தை குடும்பமாக சென்னை வந்து சேர்ந்தனர். தந்தை இறந்து விடவே, சென்னையிலுள்ள வில்லியம் சாயர் பொறுப்பில் எட்வர்ட் சார்ஜென்டை தாய் விட்டு விட்டு சொந்த நாடு சென்றுவிட்டார். குருவானவர் தன் மகனைப் போல வளர்த்தார். தமிழ்மொழியினைக் கற்று ரேனியஸ் ஐயர் மூலம், பிஷப் சார்ஜென்ட் பயிற்சிப் பள்ளி ஆசிரியராக நியமிக்கப்பட்டார்.

மேரி சார்ஜென்ட்

சார்ஜென்ட் மனைவி எலிசபெத் க்ரேவன் ஆவார். எலிசபெத் சார்ஜென்ட் அம்மையார் இறந்து விடவே இங்கிலாந்து சென்ற சார்ஜென்ட் ஐயா 1855ம் மேரி என்ற அம்மையாரை திருமணம் செய்து கொண்டு இந்தியா வந்தார். முருகன்குறிச்சியிலுள்ள மேரி சார்ஜென்ட் பள்ளியினை கண்காணித்து வந்தார். 19.06.1883 அன்று மேரி சார்ஜென்ட் அம்மையார் இறந்துவிட்டார். மேரி சார்ஜென்ட் பள்ளி பாளையங்கோட்டையில் இன்றும் உள்ளது.

மர்காஷிஸ்(1852-1908)

1875ல் கால்டுவெல்லுடன், மர்காஷிஸ் சென்னை வந்திறங்கினார். அப்போது இவருக்கு 23 வயது இவர் மருத்துவ படிப்பு படித்து கொண்டிருந்தார். மருத்துவ மேற்படிப்பு முடிவதற்கு முன்பு இந்தியா வந்து சேர்ந்தார். லண்டனில் கால்டுவெல்

திருநெல்வேலி பணித்தளத்திற்கு மிஷனரி தேவை என்பதனை அறிவித்தார். உடனே கால்டுவெல்லுடன் வந்து விட்டார். தமிழ் மொழியைக்கற்றுக் கொள்ள கால்டுவெல்லுடன் இடையன்குடியில் இருந்தார். பின்பு மர்காஷிஸ் நாசரேத் அனுப்பப்பட்டார். கிராமம் கிராமமாக சென்று ஏழை எளியோர் வாழ்ந்த பகுதிகளில் உதவி செய்தார். ஆழ்வார்திருநகரியில் ஏழை எளியோருக்கு உதவினார். ஆலயங்கள் பிள்ளையான்மனை, அகப்பைக்குளம், உடையார்குளம் போன்ற பகுதியில் கட்டப்பட்டன. 1902ம் ஆண்டு காலரா தாக்கிய போது மர்காஷிஸ் தினமும் திருவிருந்து நடத்த திட்டமிட்டார். நாசரேத்தில் இன்று வரை காலை 7 மணி ஆராதனை திருவிருந்து ஆராதனையாக நடைபெற்று வருகிறது. முதலூர்,

கிறிஸ்தியா நகரம் மர்காஷிஸ் பொறுப்பில் இருந்தது.

மர்காஷிஸ் நாசரேத் வந்த சமயம் வெள்ளம், கொள்ளை நோயினால் பலர் மரணமடைந்தனர். ஆதரவற்றோருக்கு ஆண்களுக்கு தனியாக பெண்களுக்கு தனியாக இல்லங்கள் அமைத்தார். கைத் தொழில்களுக்காக ஆர்ட் இன்டஸ்ட்ரியல் ஸ்கூல் துவங்கினார். நாசரேத் சேகரத்தால் மட்டும் 20 கிராமப் பள்ளிகள் ஆரம்பிக்கப்பட்டது. ஓய்யாங்குடியில் இரவு பள்ளி முதியோருக்கு ஆரம்பித்தார். ஆண்கள் பள்ளியை உயர்நிலைப் பள்ளியாக மாற்றினார். இவரது கல்விப் பணியைப் பாராட்டி இவரை fellow of the university of Madras ஆக ஆக்கி கௌரவித்தனர். இறுதி மருத்துவப் படிப்பு முடிப்பதற்குள், மருத்துவ பணியா? மன்னவர் பணியா? எது முக்கியம் மன்னவர் பணியே என மர்காஷிஸ்

கருதினதினால் மருத்துவ படிப்பை இடையில் நிறுத்திவிட்டு இந்தியா வந்தார்.

மர்காஷிஸ் மிஷனெரி பெயரால் மர்காஷிஸ் மேல்நிலைப் பள்ளி நாசரேத்தில் உள்ளது. மர்காஷிஸ் தெரு என்று ஒரு தெரு உள்ளது.

மர்காஷிஸ் முயற்சியால் மருத்துவமனை ஆரம்பிக்கப்பட்டது. 1876ல் வரலாறு காணாத மழை, நாசரேத்தில் அதனை தொடர்ந்து கொள்ளை நோயும் வந்தது. இரவு பகலாக மருத்துவ உதவி செய்து சுமார் 6000 பேர் காப்பாற்றப்பட்டனர். 1891-ல் மருத்துவமனை பிரதிஷ்டை செய்யப்பட்டது. மர்காஷிஸ் அதற்கு பரிசுத்த லூக்கா மருத்துவமனை எனப் பெயரிட்டார். எல்லா தரப்பினரும் இங்கு சிகிச்சை பெறுகிறார்கள். 27.04.1908ல் மரித்தார்.

இராபர்ட் கால்டுவெல் (1814-1891)

1814-ல் வட அயர்லாந்தில் பிறந்தார். ஸ்காட்லாந்து நாட்டவர். தாயார் மரணப்படுக்கையில் யாதொரு முறுமுறுப்பும் இல்லாமல் மிஷனெரி ஆக கால்டுவெல் ஐ இந்தியா அனுப்பி வைத்தது குறிப்பிடத்தக்கது. லண்டன் மிஷனெரி சொசைட்டி மூலம் இந்தியா வந்து 24 மொழிகள் கற்றார்.

அயர்லாந்திலிருந்து இந்தியாவுக்கு தன் 24 வயதில் வந்தார் இவருக்கு; 1844-ல் எலிசா என்ற பெண்ணுடன் திருமணம் ஆனது., இராபர்ட் கால்டு வெல் இவரது பெயரால் postal stamp தமிழ்நாடு அரசு வெளியிட்டுள்ளது. இவரது உருவச் சிலை 1967-ல் மெரினா கடற்கரையில் அமைக்கப்பட்டுள்ளது.

1838-ல் சென்னை வந்தார். தாயார் படுக்கையில் இருந்தார். மனமார வாழ்த்தி அனுப்பினார் தாயார். நீர்வளமற்ற செம்மண் நிறைந்த இடையன்குடியில் நேரான தெருக்கள் அமைத்தார். பாடசாலை

ஒன்றினை ஆரம்பித்தார். 1847-ல் லண்டன் கட்டட வேலையாட்கள் மூலம் கட்டட மாதிரி வாங்கி இடையன்குடியில் ஆலயம் கட்டத் தொடங்கினார். 1880 அன்று ஆலயம் பிரதிஷ்டை செய்யப்பட்டது.

53 வருடம் உழைத்தார். 1891-ல் காலமானார் இவரது உடல் இடையன்குடி ஆலயத்தின் ஆல்டரின் உள்ளே வைக்கப்பட்டுள்ளது.

"He is the author of comparative grammar of South Indian languages'

1841ல் திருநெல்வேலி வந்தார். கால்நடையாக, குதிரை மூலமும் இடையன்குடி வந்தார். நேரான தெருக்களை இடையன்குடியில் உருவாக்கியவர். ஆண்பிள்ளைகளுக்காக பாடசாலைகள் கட்டினார். கிராமத்திலெல்லாம் பாடசாலைகள் கட்டினார். இதர சமய மக்களை அடிக்கடி சந்தித்து வந்தார். 1880 சாயர்புரம் கல்வி நிறுவனத்தை கல்லூரியாக தரம் உயர்த்தினார். கால்டுவெல் மனைவி எலிசா பின்னல்

வேலையை பெண்களுக்கு கற்றுக் கொடுத்தார்.

‘A comparative Grammar of the Dravidian South Indian family of languages’ திராவிட மொழிகளின் ஒப்பிலக்கணம் என்னும் அரிய ஆங்கில நூலை கால்டுவெல் 1856-ல் வெளியிட்டார். கால்டுவெல் எழுதிய அடுத்த நூல் 1881-ல் 'திருநெல்வேலி மாவட்ட அரசியல் வரலாறு மற்றும் பொது வாழ்வு வரலாறு' அரசுக்கு கையளிக்கப்பட்டது.

இவர் பல புத்தகங்களை எழுதியுள்ளார், இதில் சில

1) திராவிட ஒப்பிலக்கண நூல்

2) திருநெல்வேலி பொது சரித்திர வரலாறு

3) திருநெல்வேலியின் SPG வரலாறு

கால்டுவெல் தமிழகத்திற்கு வந்து தமிழைக் கற்று ஆராய்ந்து, சமஸ்கிருதத்தை விட தமிழ் எவ்வாறு மேன்மைப் பெற்றது, தெலுங்கு, கன்னடம், மலையாளம் போன்ற

மொழிகளுக்கு தமிழ்ச் சொற்கள் எப்படி வேராக அமைந்தது உள்ளிட்டவை குறித்து திராவிட ஒப்பிலக்கண நூல் விளக்குகிறது.

உஷ்ணமான தென்தமிழகத்திற்கு வந்து திராவிடரின் தமிழ் தனித்து இயங்கும் தன்மை உள்ளது என்பதை ஆராய்ந்து அறிவித்தவர் கால்டுவெல்.

கிளாரிந்தா (1746-1806)

கோகிலா அரச குடும்பத்தைச் சேர்ந்த மகாராஷ்ட்ரா பிராமண இளம் பெண் இவரது ஊர் தஞ்சாவூர். அவள் திருமணமாகிய பின் அவளது கணவர் இறந்துவிட்டார். அவரை சிதையில் வைத்து எரிக்கும் போது, சதி என்கிற பழக்கம் இருந்தது. கோகிலாவையும் தீயிட்டு எரிக்க முற்பட்ட சமயம் அதை கேள்வியுற்ற லிட்டில்டன் சதியிலிருந்து அவளைக் காப்பாற்றினார். அவளை கிளாரிந்தா என்று லிட்டில்டன் அழைத்தார். ஆங்கிலம் கற்றுக் கொடுத்தார். கிறிஸ்தவ நெறிமுறைகளைப் போதித்தார். கிளாரிந்தாவுக்கு சுவாட்ஸ் மிஷனெரி திருமுழுக்கு கொடுத்தார். அதற்கு முன்னரே லிட்டில்டன் இறந்துவிட்டார். கிளாரிந்தா மூலம் அநேகர் கிறிஸ்துவுக்குள் வந்தனர். 1785ல்

கிளாரிந்தா மூலம் பாளையங்கோட்டையில் கட்டப்பட்ட ஆலயம் பிரதிஷ்டை செய்யப்பட்டது.

Clarinda was the very first Christian baptized in Tirunelveli Diocese. She died on 1806.

தாமஸ் உவாக்கர்

CMS சங்கம் மூலம் உலகில் எப்பகுதிக்கும் செல்ல தயார் என்று அர்ப்பணித்த உவாக்கர் இந்தியாவின் தென்பகுதிக்கு அனுப்பப்பட்டார்.

நூற்றாண்டு மண்டபத்தை பாளையங்கோட்டையில் கட்டுவதற்கு திட்டம் தீட்டி கட்டி முடித்தார். 1903-ல் கட்டி முடிக்கப்பட்டது. திருநெல்வேலி வடக்கு மற்றும் தெற்கு பகுதிகளுக்கு பொறுப்பாக இருந்தார். டோனாவூரில், மிக அதிக ஊழியத்தை உவாக்கர் செய்தார். உவாக்கர்

மேல்நிலைப்பள்ளி டோனாவூரில் இன்றும் உள்ளது.

அஸ்போர்ன் சகோதரிகள் (1868-1876)

சாராள் தக்கர் போன்று Rev. ஜான் டக்கர் மூலம் இந்தியாவின் தென் கோடியில் கல்வி நிலை இல்லை என்பதனை அறிந்து லண்டன் மாநகரில் இருந்த H. அஸ்போர்ன் 1886ம் ஆண்டு ரூ. 10,000/- வருடம் இருமுறை அனுப்பி இந்து பெண் பிள்ளைகள் கல்வி செலவுக்காக மட்டுமே செலவழிக்கப்பட அனுப்பி வைத்தார். அஸ்போர்ன் இறந்த பின் அவரது சகோதரி தொடர்ந்து அனுப்பினார். 1876-ல் A.M. அஸ்போர்ன் மரிக்கும் போது ரூ. 5000/- கல்விப் பணிக்கு என்று எழுதி வைத்து விட்டு மரித்தார்கள். அதனைக் கொண்டு பாளையங்கோட்டை அஸ்போர்ன் நடுநிலைப்பள்ளி உருவானது தங்கள் வாழ்நாளில் ஒருமுறை கூட இந்தியாவை

எட்டிப் பார்க்காத அஸ்போர்ன் சகோதரிகள் இந்திய மக்களின் நல்வாழ்விற்காக எடுத்துக் கொண்ட அயராத முயற்சிகள், பொன் எழுத்துக்களில் என்றும் பதிக்கப்பட வேண்டியவைகள்.

பிளாரன்ஸ் சுவென்சன் (1853-1919)

செவிலியர் பயிற்சி முடித்த பிளாரன்ஸ் சுவென்சன் 1890ம் ஆண்டு பாளையங்கோட்டை வந்தார். 1893ல் 10 வயதுள்ள வாய் பேசமுடியாத காது கேட்காத பாக்கியம் என்ற குழந்தை, மருத்துவ பரிசோதனைக்காக பிளாரன்ஸிடம் வந்தாள். இப்படிப்பட்ட பிள்ளைகளுக்கு கற்றுக் கொடுக்க தகுந்த பயிற்சி தேவை என்பதனை உணர்ந்த இவர் இதற்கான பயிற்சியினைக் கற்றுத் தேர்ச்சி பெற்று, 1895 ஆம் ஆண்டு மூன்று ஊமை பிள்ளைகளுடன் பிளாரன்ஸ் செவிடு, ஊமையர் பள்ளியினை குலவணிகர்புரத்தில் ஆரம்பித்தார்.

இதுதான் தென்னிந்தியாவில் முதல் பள்ளி ஆகும். பொதுக் கல்வியுடன், தொழில் கல்வியும் சேர்ந்து கற்பிக்கப்பட்டது. சென்னை மைலாப்பூரில் இன்னொரு கிளைப் பள்ளியும் அம்மையாரால் தொடங்கப்பட்டது.

1946ல் 94ம் வயதில் மறுமைக்குட்பட்டார். இதன் பின் மானாமதுரையிலும், கன்னியாகுமரியிலும் புதிய பள்ளிகள் உருவாகின.

பேரன்புரூக் (1815-1858)

அன்னிய நாட்டிலிருந்து மிஷெனெரி பணியாற்ற சுரண்டை பகுதிக்கு வந்தவர் பேரன்புரூக், அங்கு பங்களாக் ஒன்றை கட்டினார். அதுவே பங்களா சுரண்டை என்று இன்றும் அழைக்கப்படுகிறது. அவரது பெயரிலேயே அந்த மேல்நிலைப்பள்ளி பேரன்புரூக் மேல்நிலைப்பள்ளி என்று இன்றும் செயல்பட்டு வருகிறது.

ஏமி கார் மிக்கேல் (1867-1951)

சிறு குழந்தையாக இருந்த போது அவர்கள் நாட்டவர், போல் நீலநிறக் கண் கள் தான் தனக்கு வேண்டும் என்று மிக ஊக்கமாக ஜெபித்தார். இவரது கண்களை இறைவன் கருமணியுடன் படைத்திருந்தார். எனவே தொடர்ந்து தனக்கும் நீல நிறமாக வேண்டும் என ஜெபித்தார். No என்கிற பதிலை ஏற்றுக் கொண்டு விட்டார். வட அயர்லாந்தில் பிறந்தவர். இவருக்கு இரு தங்கைகள், 4 தம்பிகள் இவருக்கு மிஷனெரி பணி மீது உள்ள தாகம் மிக அதிகமாக இருந்தது கெஸ்விக் மிஷன் குழு இவர் இந்தியா வரும் செலவீனத்தை ஏற்றுக் கொள்ள முன் வந்தது. 1895 அக்டோபர் 11ம் ஆண்டு இந்தியா வர கப்பல் ஏறினார். 1895 நவம்பர் 9ம் தேதி இந்தியா வந்து சேர்ந்தார். இங்கு வந்து திருநெல்வேலியில் தமிழ் கற்றார்.

உவாக்கர் ஐயர் தம்பதிகளோடு இணைந்து ஊழியம் செய்தார். பண்ணைவிளையில் பல வருடம் தங்கி ஊழியம் செய்தார்.

இந்து கோயில்களுக்கு பெண் பிள்ளைகளை நேர்ந்து விடுகிற பழக்கம் 1897-ல் இருந்தது. அவ்வாறு நேர்ந்து விடப்பட்ட ப்ரீனா என்ற 7 வயது பெண் குழந்தை பெருங்குளத்திலிருந்து தப்பி ஓடி மார்ச் 7ம் தேதி பண்ணைவிளைக்கு வந்து ஏமி அம்மையாரிடம் அடைக்கலம் புகுந்தாள். அவ்வாறு கோவில்களுக்கு அர்ப்பணிக்கப்பட்ட பெண்கள் தேவதாசிகள் என்று அழைக்கப்பட்டனர். தேவதாசி முறையில் விற்கப்பட்ட குழந்தைகளை, தாமரை மொட்டுகளாக அம்மாவின் கண்கள் பார்த்தது இப்படிப்பட்ட பெண்களை மீட்டு உருவாக்கப்பட்ட இல்லமே ஏமி கார் மைக்கேல் நிறுவனமாகும். இன்றும் இது செயல்பட்டு கொண்டிருக்கிறது. பின் நாட்களில் பெண் சிசுக்களை குப்பை

தொட்டிகளிலிருந்து மீட்டு எடுத்து அதனையும் வளர்த்து கல்வி பயில வைத்து திருமணம் செய்து வைக்கும் வரை பராமரித்தனர். மேபல் வேட் என்கிற அம்மையார் தாதி பயிற்சி பெற்றவர்கள், அம்மையாருக்கு உதவியாக இருந்தார்கள். களக்காடு அருகே ஒரு குழியில் கால் வைத்ததினால் கால் எலும்பு முறிந்து விட்டது. 20 ஆண்டுகள் அம்மா படுக்கையிலேயே இருந்து அநேகருக்கு கடிதம் எழுதி ஊக்கப்படுத்தி வந்தார்கள். 38 புத்தகங்கள் படுக்கையில் இருந்தே எழுதியுள்ளார்கள் என்பது குறிப்பிடப்பட்டது. ஜனவரி 18, 1951ல் ஏமி அம்மையர் கர்த்தருக்குள் மரித்தார்கள்.

ஜி.யு. போப் ஐயர் (1820-1908)

வட அமெரிக்காவில் ஜான் போப், காதரின் யுக்னோவுக்கு மகனாக 1820ல் பிறந்தார்.

1839-ல் இறை தொண்டராக சென்னை வந்தார்.

சாயர்புரத்தில் கல்வி நிலையினை உயர வைத்த பெருமை போப் ஐயரையே சாரும்.

திருக்குறள், நாலடியார், திருவாசகம், போன்றவற்றை முழுமையாக ஆங்கிலத்தில் மொழி பெயர்த்துள்ளார். தமிழ் இலக்கண நூல்களை உருவாக்கி தமிழுக்கு பெருமை சேர்த்தார்.

தமிழ் தென்றல் திரு.வி.க. 19ம் நூற்றாண்டில் டாக்டர் போப் ஐயரின் பெருமையினை பலரிடமும் கூறுவார் தான் முதலில் பயின்ற இலக்கண நூல் போப் எழுதிய இலக்கண நூலே என்று திரு.வி.க. சிறப்புற குறிப்பிடுகிறார். போப் வருகை

மூலம் தமிழ் மொழியில் அனைத்து துறைகளும் செழிப்புற்றன. கல்வி வளர்ச்சியும், தமிழ் வளர்ச்சியும் நிறைவேறியது. சாயர்புரம் போப் கல்லூரி இன்றும் இவர் பெயரை பறைசாற்றி வருகின்றது.

டாக்டர் வேத போதகம்

5ம் நூற்றாண்டில் குஷ்டரோகிகளை 'நடமாடும் பிணம்' என்று ஊருக்குள் வரவிடாமல் சமுதாயத்தை விட்டு விரட்டி பிரித்து வெளியே அனுப்பிய நிலையில் இருக்கும் போது 1873-ல் ஹேன்ஸன் என்கிற விஞ்ஞானி தொழுநோய் பாக்டீரியாவினால் ஏற்படும் நோய் என கண்டுபிடித்தார்.

1937-ல் நாசரேத்திலுள்ள லூக்கா ஆஸ்பத்திரியில் வேத போதகம் தொழு நோய் சிகிட்சைப் பிரிவை ஆரம்பித்தார். அதற்கு மக்கள் எதிர்ப்பு இருந்தது.

கலெக்டரிடம் 1 சென்ட் இடம் டாக்டர் வேத போதகம் கேட்டார். மதம் மாற்றுகிறீர்கள் என்று கலெக்டர் முதலில் மறுத்தார் அதற்கு டாக்டர் வேத போதகம் ஒரு நபரையாவது மாற்றியிருக்கிறோமா? அல்லது சிகிட்சை அளித்து குணமாக்கியிருக்கிறோமா? என விசாரியுங்கள் என்று கூறியுள்ளார். அதன்பின் கலெக்டர் 1 சென்ட் இடத்திற்கு 1 ஏக்கர் நிலம் பேய்க்குளத்தில் கொடுத்திருக்கிறார்.

Mission of Lepers என்கிற லண்டன் ஸ்தாபனம் மூலம் ரூ. 23,000/- கிடைத்தது. அதைப் பயன்படுத்தி வெளிநோயாளி பிரிவும், 6 படுக்கைகள் கொண்ட ஒரு வார்டும் கட்டினார். அமெரிக்கர் லெப்ரஸ் மிஷன் 32,000/- தந்தது. அதைக் கொண்டு 32 படுக்கைகள் கொண்ட பெண்கள் வார்டு கட்டினார். மேற்கு ஜெர்மனி ஸெஸ்ரல் ஏனெஸ்ஸி மூன்று லட்ச ரூபாய் வழங்கினர். அதைக் கொண்டு 64

படுக்கைகள் கொண்ட ஆண்கள் வார்டு அமைத்தார்.In 1954 founded leperosorium.

இன்று 100 உள்நோயாளிகளுக்கும் மருத்துவ சேவை வழங்கும் பக்கா ஆஸ்பத்திரியாக உயர்ந்துள்ளது.

அது மட்டுமல்ல 160 குழந்தைகளுக்கும் ஒரு இல்லம் நடத்தப்படுகிறது.

தென்தமிழ் நாட்டில் அமைந்துள்ள இரண்டு உயர்நிலை தொழுநோய் ஆஸ்பத்திரிகளில் புனித லூக்கா தொழுநோய் மருத்துவமனை ஒன்று ஆகும்.

வெளிநாட்டினரின் உதவி மட்டுமல்ல, வீடு வீடாக சென்று பிரச்சினையை ஆராய்ந்த மாமனிதர். சவாலை சந்திக்க இறை விசுவாசத்துடன் குதித்த துணிச்சல். டாக்டர் வேத போதகத்தின் மகத்தான முயற்சி.

டாக்டர் வேத போதகத்திற்கு பின்னர் டாக்டர் ஜி.எம். ஜெயபாலன் மிகவும்

அக்கறையுடன் அர்ப்பணிப்புடன் அதே குஷ்ட ரோகிகளுக்கான சிகிட்சையினை சிரம் மேற்கொண்டு செய்து முடித்தார். இன்றும் பேய்குளத்தில் இந்த மருத்துவமனை உள்ளது.

ரேனியஸ் (1790-1838)

நெல்லை அப்போஸ்தலன் என்று அழைக்கப்பட்டவர். ஜெர்மனியில் உள்ள பிரஷ்யாவிலுள்ள நேரியன் வெல்டரில் பிறந்தார். மிஷனெரி அழைப்பைப் பெற்று குரு பட்டம் பெற்றார்.

எல்.எம்.எஸ். ஊழியத்தின் மூலம் சென்னைக்கு வந்தார்.

டச்சு குடும்பத்திலுள்ள ஆனியை திருமணம் செய்தார். சென்னையில் சிறை கைதிகளை சந்திக்கும் பணியினை ஆரம்பித்தார்.

பாளையங்கோட்டையில் பிஷப் சார்ஜென்ட் ஆசிரியர் பயிற்சி பள்ளியை ஆரம்பித்தார். பல எதிர்ப்புகள் வந்தது. எனவே சிறையில் அடைக்கப்பட்டார். இவர் ஆரம்பித்த சபைகள் 244, பாடசாலைகள் 62, ஆலயங்கள் 50. அதிக தாலந்து உடையவர்.மரணமடைந்தபின் பாளை அடைக்கலாபுரத்தில் இவரது சரீரம் அடக்கம் செய்யப்பட்டது.

ஜாண் தாமஸ் (1807-1870)

19ம் நூற்றாண்டில் பெற்றோர், உற்றாரை சொந்த நாட்டை விட்டு விட்டு, கிழக்கிந்திய கம்பெனி இந்தியாவுக்குள் மிஷனெரிகளை அனுமதிக்க கஷ்டமாக இருந்த கால கட்டத்தில் இயேசுவின் அன்பை பகிரும் மகான்கள் பலர் திருநெல்வேலி வந்து தியாகம் பண்ணி தாம் கண்ட புது வாழ்வை மற்றவர்களும் பெற வேண்டும் என்று கூறிய மகான்களில் ஜாண் தாமஸ் என்பவரும் ஒருவர்.

வேல்ஸ் நாட்டில் நவம்பர் 10, 1807-ல் பிறந்தவர். Unitedkingdom-ல் உள்ள வேல்ஸ் மாநிலத்தில் மிஷனெரி தரிசனம் பெற்றவர். 1836ல் வட சென்¡னை வந்தார். 1837ல் பாளையங்கோட்டை வந்தார் (இங்கு 400 திருச்சபைகளை உருவாக்கிய நெல்லை அப்போஸ்தலர் ரேனியஸ் இருந்தார். எனவே ஜாண் தாமஸ்க்கு பணிகள் பிரித்து வழங்கப்பட்டது. நல்லூர், வீராணம், ஆலடிப்பட்டி போன்ற சபைகளை உருவாக்கினார்.

1837ல் மெஞ்ஞானபுரத்திற்கு ஜாண் தாமஸ் வந்தார். இவரின் மனைவி மேரி என்பவர். அக்காலத்தில் மெஞ்ஞானபுரம் வறண்ட பகுதி, சாபநிலம் என்று அழைக்கப்பட்டது. அங்கு தென்னை, மணம் வீசும் மல்லிகை, கனி தரும் வாழை விளையும் மரங்களுள்ள பகுதியாக மாற்றினார் ஜாண் தாமஸ்.

திருச்செந்தூர், காயாமொழி, பனைக்குறிச்சி, நாலுமாவடி, பிரகாசபுரம்

ஆகிய பகுதிகளில் மேற்கொண்ட தீவிர ஊழியத்தினால் பல புதிய சபைகள் உருவாகின. 1842ல் மெஞ்ஞானபுரம் மகிமை நிறைந்த ஆலயம் கட்ட ஆரம்பித்தார். இங்கிலாந்து கென்றி மாநிலத்தில் உள்ள (Goodnestone) என்னும் ஊரில் உள்ள தேவலாயத்தை மெஞ்ஞானபுரம் ஆலயத்திற்கு மாதிரியாக கொண்ட வரைபடத்தை வைத்து கட்டினார். 09.10.1868-ல் ஆளுநர் நேப்பியர் பிரபு மெஞ்ஞானபரம் வருகை தந்தார். ஆலயத்தைப் பார்த்து அசந்து விட்டார்.

மெஞ்ஞானபுரம், சாயர்புரம், நாசரேத், முதுலூர் இடையன்குடி ஆகிய ஊர்களில் தெருக்கள் ஒழுங்காக அமைக்கப்பட்டன. ஜாண் தாமஸ் பி.எட் காலேஜ் மெஞ்ஞானபுரத்தில் உள்ளது. 1870ல் ஜாண் தாமஸ் மரணமடைந்தார்.

ராக்லெண்ட் (1815-1858)

இங்கிலாந்தில் இந்திய மிஷனெரியால் அனுப்பப்பட்டு வடநெல்லை மற்றும் சிவகாசியில் தனது முழுமையையும் அர்பணித்து 'வட நெல்லை அப்போஸ்தலர்' என்று அழைக்கப்படும் ராக்லண்ட ஐயர் 1815-ல் பிறந்தார்.

குருத்துவப் படிப்பு பயின்று 1846-ல் சென்னை வந்து ஜாண் டக்கர் ஐயரோடு சென்னையில் தங்கி தமிழைக் கற்றார். அடிக்கடி தன்னை தேவ சமூகத்தில் தாழ்த்தியதும், தன் குறைகளை ஒத்துக் கொண்டு சரி செய்வதும் இவரது வழக்கம். பிறருடைய மனதை புண்படுத்தாமை, ஈகைகுணம் போன்றவை இவரது சிறப்புத் தன்மைகள். சிவகாசியில் தனது தொப்பியில் பிற மக்களிடம் சாப்பாடு வாங்கி

சாப்பிட்டு கஷ்டடப்பட்டதுண்டு.

சீகன் பால்க் (1682-1719)

ஜெர்மனி நாட்டைச் சேர்ந்தவர் முதன் முதலில் தமிழில் வேதாகமத்தில் புதிய ஏற்பாட்டினை மொழி பெயர்த்தார். பெண்களுக்கு, ஆங்காங்கே பள்ளிகள் அமைத்தார். மரணப் படுக்கையில் இவரது தாயார் உங்களுக்கென்று வைத்திருக்கின்ற பொக்கிஷம் பைபிள் என்று கூறிவிட்டு இறந்தார். பின்னர் அப்பாவும் இறந்து விட்டார். வேதாகமம் மட்டுமே இவருக்கு ஆறுதலாக இருந்தது. வேதாகமக் கல்லூரியில் பயின்றார். இந்தியா வந்து ஊழியம் செய்ய விரும்பி தமிழகத்தில் தரங்கம்பாடிக்கு வந்தார். இவர் புராட்டஸ்டான்ட் மிஷனெரி ஆவார். மக்களிடையே நல்லுறவு கொண்டிருந்தார். சில விடுதிகள் நடத்தி வந்தார். அதில் கல்வி கற்றுக் கொடுத்தார். தன்னுடைய மிகுந்த பலவீனத்தில் மத்தியில் அதிக பணிபுரிந்தார். இவரது மனைவி மேரி டாரதி ஆவார். சீகன் பால்க் தமிழுக்கு ஆற்றிய தொண்டு மிக அதிகம். 1815-ல் தமிழில் புதிய ஏற்பாடு மொழி பெயர்ப்பு செய்து வெளியிடப்பட்டது. ஜெர்மானிய தமிழன் என்று கருதப்பட்டார். முதலில் உடனடியாக உள்ளே அனுமதிக்கப்படவில்லை. தேவ

நோக்கம் நிறைவேற உறுதியாக இருந்து தமிழ் மொழி கற்றுக் கொண்டு தமிழில் வேதாகமத்தில் புதிய ஏற்பாட்டை எழுதியதோடு சுவிஷேத்தையும் அறிவித்தார். பள்ளி சென்று 5 வயது சிறுவனுடன் அமர்ந்து தமிழ்க் கற்றார். இவர் பரிசுத்தத்தை, பார்த்த ஆசிரியர் இவருக்கு தமிழ் கற்றக் கொடுக்க மறுத்துவிட்டார். நானும் இயேசுவுக்கு சொந்தமாகிவிடுவேன் என்று மறுத்துவிட்டார். பரிசுத்தத்தைக் காத்துக் கொண்ட மேதை சீகன் பால்க். புராட்டஸ்டான்ட் ஆலயம் கட்டி எழுப்பினார். பிரின்டிங் பிரஸ் முதலாவது கொண்டு வந்தார். செய்யுள் வடிவில் இருந்த தமிழை உரைநடைக்கு மாற்றியவர் சீகன்பால்க். காகித தொழிற்சாலை முதன் முதலில் இவர் தான் கொண்டு வந்தார். தமிழ் அகராதியை உருவாக்கியவர். படிக்கும் மாணவர்களுக்கு விடுதியை அமைத்தார். மதிய உணவைப் பள்ளியில் ஒழுங்கு செய்தவர் சீகன் பால்க். தேவன் மீது கொண்டிருந்த அன்பினால் தான் தமிழ் சமுதாயத்திற்கு சரித்திரம் படைத்து சென்றிருக்கிறார். பரிசுத்த தேவன் மூலம் சரித்திரம் படைத்தார். உங்களையும் கொண்டு சரித்திரம் படைப்பார்.

ஆதாம் அன்ட்ரு

ஸ்காட்லாந்து தேசத்திலிருந்து செங்கல்பட்டுக்கு 1879ல் ஆதாம் ஆன்ட்ரு மற்றும் அவர் மனைவி எலிசபெத் அன்ட்ரூ இருவரும் வந்தனர். இருவரும், 35 ஆண்டுகள் செங்கல்பட்டு மாவட்டத்தில், திருப்போரூர், வாலாஜாபாத், போன்ற பல இடங்களில் பணி செய்து பல பள்ளிகளை நிறுவினர்.

ஆதாம் ஆண்ட்ரூ மூலம் பலர் ஞானஸ்நானம் பெற்றனர். கிறிஸ்தவர்களாக மாறினவர்களுக்கு சலுகைகள் மறுக்கப்பட்டது. ஆன்ட்ரூ அப்படிப்பட்டவர்களை தனியாக குடியேற்றினார். அதுவே அந்திரேயாபுரம் ஆகும். அங்கு ஆலயத்தோடு கூடிய பள்ளி ஒன்று உள்ளது.

ஆண்ட்ரூவின் தொண்டுகள்

1915ஆம் ஆண்டு திரும்ப ஸ்காட்லாந்து சென்றார். அவர் இங்கிருந்து செல்லும் முன் 67 பள்ளிகளை நிறுவியிருந்தார். 131 ஆசிரியர்கள் பணியாற்றினர். இன்றும் அவைகள் கடவுளுக்கு சாட்சியாக இருக்கின்றன. எலிசபெத் ஆண்ட்ரூ மெல்ரோஸாபுரத்தில் பின்னலாடை தயாரிப்பு கற்றுக் கொடுத்தார். நார்த்விச், காஞ்சிபுரம், ரெய்னி மருத்துவமனைகள் கட்டப்பட்டன. 8 வரை பயின்றவர்களை ஆசிரியராக்கினார். உபதேசியராகவும் மாற்றினார். ஔவர்டன் பேட்டை ஏரியை உருவாக்கினார் ஆன்ட்ரூ. அவர்களின் அருட்தொண்டு 'The Madras Mail ' என்னும் நாளிதழில் வெளியானது. ஒடுக்கப்பட்ட கிறிஸ்தவர் மற்றும் கிறிஸ்தவர் அல்லாத தாழ்த்தப்பட்டோருக்காக மிகவும் போராடினார். இவரது முயற்சியினால் தாழ்த்தப்பட்டவர்களுக்கு விவசாய

குடியிருப்பு நிலங்கள் வழங்கப்பட்டன. இவரது பணிகளைப் பாரட்டி 1903-ல் 'கைசர்-இ-ஹிந்த்' என்கிற பட்டம் கொடுத்து

பாராட்டப்பட்டார். இது விவசாயத்துறையில் ஆற்றிய பணிகளுக்கான பட்டமாகும்.

ஆண்டர்சன் (1805-1855)

ஸ்காட்லாந்து மிஷனெரிகள் முக்கியமானவர்களில் ஆண்டர்சன் இவர் பல கல்லூரிகள், பள்ளிகளை நிறுவினார்.

அவையாவன:

1) சென்னை கிறிஸ்தவக் கல்லூரி

2) காஞ்சிபுரத்தில் உள்ள ஆண்டர்சன் பள்ளி,

3) அலிசன்பேசி பெண்கள் பள்ளி (செங்கல்பட்டு)

4) கெளடி பள்ளி (திருவள்ளுர்)

5) நார்த் விக் பெண்கள் பள்ளி

Miss. Eleanor M.C. Dougel என்பவர் Founder of Women's Christian college, Madras John Anderson founder of Madras Christian College.

மெல்ரோசா அம்மையார்

ஸ்காட்லாந்திலிருந்து செல்வி மெல்ரோஸா பண உதவி செய்தார்கள். அவர்கள் உதவியால் உருவாகிய கிராமமே மெல்ரோஸாபுரம் ஆகும்.

ஈவாட் அம்மையார்

ஸ்காட்லாந்திலிருந்து **ஈவாட் அம்மையார்** வந்து மெல்ரோஸாபுரம் கிராமத்தில் ஈவாட் பெண்கள் கல்லூரி அமைத்து, அதில் பணியும் செய்தார். இன்றும் உயர் மதிப்பெண் பெறும் மாணவிகளுக்கு ஆன்ட்ரூ தங்க பதக்கம் வழங்கப்பட்டு வருகிறது.

மக்லீன்

மக்லீன் மிஷனெரி மூலம் அநேக கல்விப் பணிகள் கண்காணிக்கப்பட்டது.

பேராயர் நியூபிகின் (1909-1998)

சென்னை பேராலயத்தில் பேராயராக இருந்தார். ஜி.யு. போப் அவர்களுக்கும், திரு. இராபர்ட் கால்டுவெல் அவர்களுக்கும், மெரினா கடற்கரையில் தமிழ் தொண்டுக்காக, தமிழ் இலக்கிய பணிகளுக்காக சிலைகளை நிறுவினார். அப்போது பேராயர் நியூபிகின் தமிழில் உரையாற்றினார். அநேக புத்தகங்கள் இவர் எழுதியுள்ளார். இதில் Freedom in the Modern world' என்கிற புத்தகம் குறிப்பிடத்தக்கது. பிஷப் New Begin Memorial Church தென்னேரியிலும் ஆத்தூரிலும் உள்ளது.

அன்னை தெரசா (1910-1997)

யுகோஸ்லோகியாவில் 1910-ல் அன்னை தெரசா பிறந்தார். இவருக்கு ஒரு சகோதரனும். ஒரு சகோதரியும் உண்டு. கல்கத்தாவில் ஆசிரியையாக 1928-ல் புனித மேரி பள்ளியில் பணியாற்றும் போதே சேரி பகுதி சென்று சேவை செய்தார். ஏழைகள், உடல் ஊனமுற்றோர், ஆதரவற்றோர் எங்கிருந்தாலும், அவர்களை அரவணைத்து பராமரித்தார். 1979-ல் நோபல் பரிசு பெற்றார். 1950-ல் அன்பு சேவை இல்லம் பதிவு செய்யப்பட்டது.

1955-ல் குழந்தைகள் காப்பகம் ஆரம்பிக்கப்பட்டது. தூக்கி எறியப்பட்ட குழந்தைகள் சரணாலயத்தில் பாதுகாக்கப்பட்டனர்.

1962-ல் பத்மஸ்ரீ விருது வழங்கப்பட்டது.

1963-ல் சகோதரர்களின் பிரிவு துவங்கப்பட்டது.

1971-ல் சமாதானப் பரிசு கிடைத்தது.

1980-ல் பாரத ரத்னா விருது கிடைத்தது.

தன்னையே வருத்தும் அளவு தியாகம் செய்தவர்.

தெரசா அம்மையார் தாழ்மையான பண்புள்ளவர். தன்னுடன் வாழ்பவர்களை கீழ்தரமாக எண்ணுவதில்லை. நிராதவராய் மரணத்தோடு போராடுபவர்களை தூக்கிக் கொண்டு வந்து உயிரோடு அவர்கள் இருக்கும் வரை அன்னை தெரசா அவர்களுக்கு அன்பையும் அரவணைப்பையும் கொடுத்து ஆதரித்தார். குஷ்டரோகிகளின் கால்களுக்கு மருந்து கட்டும் போது இயேசுவின் கால்களை கழுவுவதாக நினைக்கிறேன் என்றார் தெரசா.

1952-ல் நிர்மல் இருதயம் என்கிற தொண்டு நிறுவனம் கணவரால் கைவிடப்பட்ட முதியோருக்காக சாகும் தருவாயில்

இருப்போர் இறக்கும் வரை உணவு, உடை, கொடுத்து நிம்மதியாக இறக்க வழி செய்தார். தொழு நோயாளிகளுக்கு தனி நிறுவனம் அமைத்தார்.

1997 செப்டம்பர் 5ல் கர்த்தருக்குள் மரித்தார். 49 நாடுகளின் முக்கிய தலைவர்கள் இறுதி ஊர்வலத்தில் கலந்து கொண்டனர்.

'இந்த சிறியவரில் ஒருவருக்கு எதைச் செய்தீர்களோ அதை எனக்கே செய்தீர்கள்' என்கிற கிறிஸ்துவின் கட்டளையை அன்புடன் நிறைவேற்றினார் அன்னை தெரசா அம்மையார்.

Navin Chawla is ex. Chief Election Commissioner of India and the Biographer of Mother Teresa. We quote from him as below.

Mystery of Mother Teresa

The love, one's Neighbour was to love to God. Mother Teresa வுக்கு 4000 Nuns இருந்தனர். She created MultiNational enterprises of Service at 123 countries. She died in 1997. Her Model was not based on material achievement. her 'Wholehearted free service to the abject poor and marginalized" She studied scriptures & setup hundreds of schools for poor children & opening feeding centres for abandoned in streets. She started Shishu Bhawans. தெரு ஒரங்களில் கவனிப்பாரற்று திக்கற்று சாகும் நிலையில் உள்ளோரையும், தொழு நோயாளிகளையும் அம்மையார் தொட்டு, துடைத்து கழுவி பராமரித்தது யாராலும் செய்ய முடியாத செயலாகும்.

யூகோஸ்லாவிலிருந்து வந்த தெரசா அம்மையார், திரும்ப அங்கு செல்லவே இல்லை. கல்கத்தாவிற்கு 1928-ல் வந்தார். Loreto convent -ல் geography ஆசிரியையாக பணி செய்தார். அங்கு Principal ஆகும் வரை பணி செய்தார். அவரது எண்ணம் எல்லாம் orphans முதலில் இவர் மட்டுமே பணி

செய்தார். உதவிக்கு யாருமில்லை தரையில் ஏழை பிள்ளைகளுக்கு எழுதி கொடுத்து ஆரம்பித்த பின்னரே mortshil என்கிற சிறிய பள்ளியை துவக்கினார்.

அரசு மூலம் பத்மஸ்ரீ பட்டம் பெற்றவர்.

They rescue homeless, feed hungry. They treat sick leprosy – affected. Rescue abandoned children & provide them life long care / one rich lady visited Teresa home and her cleaning the ulcers of leprosy patient & 'I can never do this for all the Money in the world" the lady said 'Nor can I" answered Mother Teresa Cheerfully, but I do it for my love of God"

"We cannot do great things on this earth only small things with great love" Mother Teresa' மதர் தெரசா போல் யாராலும் செய்ய இயலாது. ஆயினும் நம் ஒவ்வொருவரையும் இறைவன் படைத்த நோக்கம் உண்டு. நமக்கென்று அந்த கிருபை தாலந்து கொடுக்கப்பட்டிருக்கும் அதனை

செய்து முடிக்கவே இந்த உலகில் நாமும் படைக்கப்பட்டு உள்ளோம்.

ஜார்ஜ் முல்லர்(1805-1898)

முழு விசுவாசத்துடன் அற்புதத்தை அனுதினமும் கண்ட அதிசய மனிதர் இவர். 1805 பிரான்ஸியா நாட்டில் பிறந்தார். இவரது தந்தை வருமான வரி அதிகாரி ஆவார். இளமைப் பருவத்தில் பலவித பாவங்களுக்கு அடிமையாக இருந்தார். பின்னர் பரமன் பயன்படுத்தும் பாத்திரமாக மாறினார். 1835-ல் பிரிஸ்டலில் அனாதையர் காப்பகம் அமைத்தார். காப்பகத்தின் தேவைக்காக யாரிடமும் எந்த பணமும் கேட்கப்படவில்லை. 4மணி நேரம் வேலை செய்வார். 1 மணி நேரம் ஜெபிப்பார். தேவையான பணம் கர்த்தரின் கரத்திலிருந்து கிடைத்தது. 5 இல்லங்கள், 609 அனாதையர், மேலாளர், கண்காணிப்பாளர், ஆசிரியைகள்

இவர்களை போஷிக்க பரம பிதா மட்டுமே இருந்தார். பணமாக நன்கொடையாக மட்டுமல்ல, ரொட்டியாக, பழமாக காலணிகளாக வந்து கொண்டே இருக்கும். ஜேம்ஸ் ரைட் என்பவரை காப்பகத்தைக் கவனிக்க நியமித்தார். உலக மிஷனெரி பயணம் சென்றார். பல நாடுகளுக்கு சென்றார். இவரது Motivational talk மூலம் பல நாடுகளிலும் பலரும் அனாதை இல்லம் நிறுவினர். 89வது வயதில் 1905ல் முல்லர் கர்த்தருக்குள் மரித்தார். இவரது நம்பிக்கை 'நமக்காக எல்லாவற்றையும் செய்து முடிப்பவர் கர்த்தர் (சங்கீதம் 138:8) அவர் கரத்திலே அனைத்தையும் விட்டுவிட வேண்டும்.

சி.டி. ஸ்டட் (1860-1930)

மூடி பிரசங்கியார் மூலம் பெரிய செல்வந்தரான கிரிக்கெட் விளையாட்டு வீரர் சி.டி. ஸ்டட் கிறிஸ்துவுக்குள் மாற்றப்பட்டார். ஸ்டட் மகன்களான,

கிளாஸ்டன், ஜார்ஜ், சார்லஸ் மூவரும் கிரிக்கெட் வீரர்கள், தந்தையின் கிறிஸ்தவ வெற்றி வாழ்வு மூன்று பிள்ளைகளையும் கிறிஸ்துவிடம் கொண்டு வந்தது. இங்கிலாந்தில் ஒரு காலத்தில் கிரிக்கெட் விளையாட்டுக்காக சிங்கமாக இருந்த சி.டி. ஸ்டட் இப்போது கிறிஸ்துவுக்கான சிங்கமாக மாறியது மிக பெரிய அற்புதமே. சி.டி. ஸ்டட் ஊழியம் செய்ய கிறிஸ்துவின் அழைப்பின்படி சீனா வந்தார்.

ஊழியத்திற்கு வரும் முன்னரே தனது அனைத்து செல்வங்களையும் கர்த்தருக்கு கொடுத்துவிட்டார். டி.எல் மூடி ஊழியத்திற்கும் இரட்சண்ய சேனை ஊழியத்திற்கும் கொடுத்துவிட்டார். இவரது மனைவி பெயர் பிரிஸ்கில்லாள். ஸ்டட் சீனா, இந்தியா, ஆப்பிரிக்கா ஆகிய மூன்று தேசத்திற்கும் சுவிஷேசம் அறிவித்தார். அபின் நோயாளிகளுக்காக சீனாவிடம் ஒரு மருத்துவமனை நிறுவினார். இவருக்கு 4

பெண் பிள்ளைகள். கிரேஸ், டாரதி, ஈடித், பாலின் ஆகியோர், சீனாவின் ஸ்டட் 10 ஆண்டுகள் உழைத்தார்.

இவரது பிள்ளைகள் எவ்வளவு படிக்க விரும்பினார்களோ? அதனை கர்த்தரே பெற்றுக் கொள்ள உதவி செய்தார். 1906 முதல் 1908 வரை இங்கிலாந்தில் ஊழியம் செய்தார். பின்னர் ஆப்பிரிக்கா சென்றார். மகள் ஈடித் திருமணம் சீனாவில் நடந்தது. ஆப்பிரிக்கா ஊழியத்திற்காக இவரது பிள்ளைகள் பணம் அனுப்பினர். இவரது 4 பிள்ளைகளும், 3 மருமகன்களும், இரட்சிக்கப்பட்டவர்கள். மூத்த மருமகன் மட்டும் இரட்சிக்கப்படவில்லை. சி.டி. ஸ்டட் இறந்த அதே நாளில் இங்கிலாந்தில் ஜெஸ்விக் கன்வென்ஷனில் அந்த மூத்த மருமகன் கிறிஸ்துவை ஏற்றுக் கொண்டார்.

ஹட்சன் டெய்லர்(1832-1905)

ஜாண் டெய்லருக்கு மகனாக இங்கிலாந்தில் பார்ஸ்லேயில் 1924-ல் பிறந்தார். இவரது தந்தை மிக ஒழுக்கத்துடன் இவரை வளர்த்தார். இவரின் தாயாரும், தங்கை அமலியாவும் இவரது இரட்சிப்பிற்காக ஜெபித்து வந்தனர். ஒருநாள் அவர் தொலைவில் இருக்கும் போது, இவரது தாயார் இவருக்காக ஜெபித்தார். அன்று ஹட்சன் இவரது தந்தையாரின் புத்தகங்களை வாசித்து கொண்டிருந்தார். அப்போது 'பாவத்திற்கான பரிகாரம் கிறிஸ்து செய்து முடித்து விட்டார்' என்பதனை வாசித்து இரட்சிக்கப்பட்டார். இவர் சீனாவுக்கு போகும்படி கர்த்தரால் வழிநடத்தப்பட்டார். அது சம்பந்தமான இன்டர்வியூவில் பியர்ல், ஹட்சனிடம் கேள்விகள் கேட்டார். உனது சிவப்பு முடியினை, சீன மக்கள் பார்த்து சிவப்பு மயிர் பிசாசு

என்று ஓடி விடுவார்கள் என்றார். அதற்கு ஹட்சன் கர்த்தருக்கு என் மயிரின் நிறம் என்னவென்று தெரியும் என்றார். சீனா செல்லும் முன் அதற்கான பயிற்சியில் இருந்தார். மருத்துவம் படித்து முடிக்கும் முன் சீனா சென்றார். இவர் திருமணம் செய்ய நினைத்த பெண், இவருக்கு வருமானம் இல்லை என்று மறுத்து விட்டார். சீனாவில் ஊழியர்களை எதிர்க்கும் குணமுடைய, குடி நோயாளி ஒருவருக்கு ஹட்சன் சிகிட்சை செய்தார். இவரது அன்பினால் அவர் கிறிஸ்துவை ஏற்றுக் கொண்டார். மருத்துவத்தோடு, கிறிஸ்துவின் அன்பினை சீனாவில் அறிவித்தார். மீண்டும் தாயகம் சென்று மருத்துவம் முடித்து, மீண்டும் சீனா வந்தார். 'சீனா உள்நாட்டு மிஷனெரி அமைப்பு அமைய முக்கிய காரணமானவர் டாக்டர் பார்ன்ஸ் என்பவர். மேரி டையர் என்பவர் இவரது

மனைவி. 13 ½ வருடத்திற்கு பின் மனைவி இறந்து விடவே. பிள்ளைகளை, இவரது தங்கை கவனித்து கொண்டார். ஜென்ஸி என்பவரை திருமணம் செய்து மீண்டும் சீனா வந்தார். தனது ஒரே வீட்டையும் விற்று சீனா உள்நாட்டு மிஷனெரிக்கென்று கொடுத்தார். 'சர்வ சிருஷ்டிக்கும் சுவிஷேசம்' என்னும் இவரது துண்டு பிரதி, அமெரிக்கா, ஸ்வீடன், ஜெர்மனி ஆகிய நாடுகளில் உள்ள முக்கிய நபர்களை மிஷனெரி தரிசனமுள்ளவர்களாக மாற்றியது. இங்கிலாந்து நாட்டிலிருந்து சீனா வந்து தன் வெற்றியுள்ள கிறிஸ்தவ வாழ்வு மூலம் அநேகரை நீதிக்குட்படுத்தினார். சீனாவில் இவர் மரித்தார். இவரது உடல் இவரது முதல் மனைவி புதைக்கப்பட்ட இடத்தில் அடக்கம் செய்யப்பட்டுள்ளது.

வில்லியம் கேரி (1761-1834)

1793ல் வில்லியம் கேரி கல்கத்தா வந்தார். இவரது மோட்டோ (Motto) 'கிறிஸ்துவிடமிருந்து பெரிய காரியங்களை எதிர்பார். கிறிஸ்துவிற்காக அரிய காரியங்களை சாதிக்கப்பார்' என்பதாகும். மாபெரும் மகத்தான தொண்டுகள் இந்தியாவில் செய்துள்ளார். வேதாகமத்தை வங்காள மொழியில் முதன் முதலில் மொழி பெயர்த்து வெளியிட்டவர் கேரி ஆவார். 'செராம்பூர்' பல்கலைக்கழகத்தை நிறுவியவர் இவரே. 28 வயது வரை செருப்பு தைக்கும் தொழிலில் ஈடுபட்டிருந்தார். இவரது மனைவி மூளை கோளாறு உடையவர்கள். 26 ஆண்டு இல்லற வாழ்விலே இந்த சிலுவையை எப்படி அவர் தாங்கிக் கொண்டே ஊழியமும் செய்திருக்கிறார் என்பதை எண்ணிப் பார்க்க இயலவில்லை, வில்லியம் கேரி எழுதி வெளியிட்ட 'விசாரணை' என்கிற நூல் அனைவரின் உள்ளத்திலும் சுவிசேஷ தீபத்தை ஏற்றியது. அவுரி தொழில் பணியினை செய்து கொண்டே கடவுளின் பணியினையும் செய்தார். கல்லூரி பேராசிரியராக பணியாற்றினார். கிறிஸ்துவுக்காக நெருப்பாக நின்றவர். கேரி

மிகுந்த மனத்தாழ்மையுள்ளவர். தாழ்மையுள்ளவர்களுக்கு கிருபை பொழியும் கர்த்தர் இவருக்கு கிருபை மேல் கிருபை பொழிந்தார்.

டாக்டர் ஐடா ஸ்கடர் (1870-1960)

அமெரிக்காவிலிருந்து தனது தாத்தா மருத்துவ மிஷனெரியின் வீட்டிற்கு, விடுமுறைக்காக வந்தார், ஐடா 3 பெண்கள், ஆண் மருத்துவரிடம் குழந்தை பேர்காலம் பார்க்க அனுமதிக்காமல் இறந்ததை கண்ணார கண்டபின், அமெரிக்கா சென்று மருத்துவம் படித்து முடித்து வேலூரில் சி.எம்.சி. மருத்துவமனையும், பெண் மருத்துவ டாக்டர்கள் இந்தியாவில் உருவாக காரணமுமாக இருந்தவர். டாக்டர் ஐடா ஸ்கடர் தனது கோடிக்கணக்கான பணத்தை விட்டு விட்டு இந்தியா வந்து தன்னையே தியாகம் செய்தவர் ஐடா அம்மையார்.

கிரஹம் ஸ்டெய்ன்ஸ்(1941-1999)

ஆஸ்திரேலியா நாட்டைச் சேர்ந்தவர். இவருக்கு பிலிப், தீமோத்யு என்ற இரு மகனும் எஸ்தர் என்கிற மகளும் உண்டு. இவரது மனைவி பெயர் கிளாடிஸ். இவர் ஆஸ்திரேலியாவில் 1941-ல் பிறந்தார். இந்தியாவில் குஷ்டரோகிகளுக்காக ஒரிசாவில் மிகப் பெரிய சேவை செய்து வந்தார். ஒரிசாவில் 1993-ல் கிறிஸ்தவ எதிர்ப்பாளர்கள் வேனில் வைத்து கிரகாம் ஸ்டெய்ன்ஸ்-ம் அவரது மகன்களான பிலிப் மற்றும் தீமோத்தேயுவும் தீயில் கொழுத்தப்பட்டு மரித்தனர். இதனை அறிந்த இவரது மனைவி கொழுத்திய எதிரிகளை கிறிஸ்து மன்னித்தது போல் மன்னித்துவிட்டார்.

சுவாட்ஸ் (1726-1798)

போலாந்து நாட்டினர் 24வது வயதில் தரங்கம்பாடியில் சீகன் பால்க் ஆரம்பித்த சுவிஷேச பணித்தளத்திற்கு வந்தார். திருச்சி பிஷப் ஹீபர் கல்லூரி ஆரம்பித்தார். ராமநாதபுரம், திருநெல்வேலயில் ஊழியம் செய்தார். அநேக ஊழியரை உருவாக்கினவர். சுவாட்ஸ் தஞ்சாவூரில் பேதுரு ஆலயம் கட்ட காரணமாய் இருந்தார். தூய பேதுரு பள்ளியினை தஞ்சாவூரில் நிறுவினார். சரபோஜி மன்னருக்கு ராஜகுருவாக இருந்தார். திருமணம் செய்யாமல் ஊழியம் செய்தார். அநேகரை கிறிஸ்துவுக்குள் நடத்தினார். தஞ்சாவூர் மன்னர் அரசாங்கத்தை நடத்த கோரியும் இவர் நற்செய்தி பணியே பிரதானம் என்று மறுத்துவிட்டார்.

எங்கிருந்தோ அயல்நாட்டிலிருந்து வந்து நமது நாட்டிற்கு நற்பணி செய்தவர்கள் மூலம் நாம் கற்றுக் கொள்வது யாதெனில்:

நமது தலைமுறைகளுக்கு நாமும் நமது பணத்தால் நமது தாலந்துகளால் ஏதாவது சரித்திரம் படைக்க வேண்டும் என்ற தீர்மானத்தினை இன்று எடுப்போம். பரிசுத்த சிந்தையோடு மிஷனெரிகள் பணி செய்வதைப் போல நாமும் பரமன் பணி செய்து முடிக்க அழைக்கப்படுகின்றோம்.

உலகில் ஒரு சிலர் மட்டுமே தன்னையே ஒறுத்து வெறுமையாக்கி பிறருக்காக பயன்பட உப்பாக, மெழுகாக கரைய அர்ப்பணித்தவர்கள். அவர்களிடம் வெளிநாடுகளிலிருந்து நம் இந்தியா வந்து கோதுமை பணியாக நம் நிலத்திலேயே மரித்த பலர் உண்டு. அவர்களின் தியாகமும் பாடுகளும் கிறிஸ்துவுக்காக கிறிஸ்துவின் அன்பிற்கு அடிபணிந்து நாடு கடந்து வந்து பல சாதனைகளை பலவித இன்னல்களை மனதார ஏற்று சரித்திரம் படைத்தவர்கள்.

ரிங்கல் தொபே (Ringal Thobae)

இவர் ஜெர்மனியில் 1770-ல் பிறந்தார். மறைக்கல்வி கற்று முடித்த பின்னர் கிறிஸ்துவை அறியாத பகுதிக்குச் சென்று சுவிசேஷம் அறிவிக்க அர்ப்பணித்திருந்தார். லண்டன் மிஷனெரி சொஸைட்டி மூலம் 1804-ல் சென்னை வந்தார். அங்கு தமிழ் கற்றுக் கொண்டார். பின்னர் தரங்கம்பாடியில் சில காலம் இருந்தார்.

அந்த காலத்தில் தன் சொந்த மண்ணிலே மற்றவர்களால் அடிமைப்பட்டிருந்த திருவாங்கூர் பகுதிக்கு வந்தார் மயிலாடியில், வேதமாணிக்கம் என்பவரது வீட்டு முற்றத்தில் சுவிசேஷ கூட்டங்கள் நடத்தினார். சிறு குடிசையில் கூழ் குடித்து வாழ்ந்து வந்தார். 1809-ல் முதலில் மயிலாடியில் ஆலயம் கட்டினார். 12 மாணவர்களுக்கான ஆங்கில பள்ளி ஒன்றினை முதலில் துவங்கினார். பின்னர் பக்கத்து கிராமங்களான ஈத்தாமொழி, அம்மாண்டிவிளை, அனந்தநாடார் குடியிருப்பு, தாமரைக்குளம், பிச்சைக் குடி போன்ற பகுதிகளில் பணி செய்தார். ஆங்காங்கே ஆலயமும், பள்ளியும் கட்டினார். ராணி லெஷ்மிபாய் மூலம் இடம்

வாங்கி ஆலயம் கட்டினார். ரிங்கல் தொபே மூலம் திருவாங்கூர் பகுதியில் 3 பேராலயங்கள் உருவாகியுள்ளன.

அம்மாண்டிவிளை பகுதியில் ஊழியம் செய்யும் போது அநேக அற்புதங்கள் நிகழ்ந்துள்ளன. பிறப்பிலே கால் ஊனமான குழந்தை நடந்ததாக குறிப்பிடப்பட்டுள்ளது.

Miss Kathreen Nora Brackway அம்மையார் மூலம் St. Christopher's College of Education ஆரம்பிக்கப்பட்டது.

Ann Cammerror என்பவர் மூலமே St. John's girls Higher Sec School முதலாவது பெண்கள் பள்ளி நாசரேத்தில் ஆரம்பிக்கப்பட்டது. Schaffter CMS Missionary என்பவரின் பெயரிலே நெல்லையில் சாப்டர் மேல்நிலைப் பள்ளி உள்ளது. Rev. John Thomas Tucker என்ற CMS மிஷனெரி இவர் மூலம் பல பள்ளிகள் உருவாக்கப்பட்டது. Miss. Eleanor Mc. Dougel என்பவர் CMS மிஷனெரி இவர் மூலம் பல பள்ளிகள் உருவாக்கப்பட்டது.

Antony Watson Brough என்ற மிஷனெரி ஆஸ்திரேலியாவிலிருந்து 1894-ல் கோயம்புத்தூர் வந்தார். அவர் இரண்டு மருத்துவமனைகள் ஆரம்பித்துள்ளார். ஈரோட்டில் ஒரு மருத்துவமனை உள்ளது. 94 பள்ளிகள் இவரால் ஈரோடு மற்றும் சுற்று வட்டாரங்களில் ஆரம்பிக்கப்பட்டுள்ளது.

வில்லியம் டின்டேல்(1494-1536)

14ம் நூற்றாண்டில் புராட்டஸ்டான்ட் சீர்திருத்தவாதியானவர் வில்லியம் டின்டேல். இவர் 1494-ல் இங்கிலாந்து நாட்டில் பிறந்தார். சிறு வயதிலிருந்தே ஒழுக்கம் மிகுந்தவர். 8 மொழிகள் தெரிந்தவர். கிரேக்க மொழியும் இவருக்கு தெரியும். இவர் ஆகஸ்போர்ட் பல்கலைக் கழகத்தில் B.A. M.A. முடித்தவர். Cambridge universityயில் பேராசிரியராகப் பணி செய்தவர். பாதிரியார் பணியும் செய்து வந்தார்.

இவர் விக்கிலிப் என்பவரின் புத்தகம் மூலம் பல கிறிஸ்தவ உண்மையினை புரிந்து

கொண்டார். கிரேக்க மொழியிலுள்ள வேதாகமத்தைப் படித்துக் கொண்டிருந்த போது பாவத்திலிருந்து மன்னிக்கப்படுதலையும், நீதிமானாக்கப்படுதலையும் தெரிந்து கொண்டார். எனவே அவரவர் தங்கள் சொந்த மொழியில் வேதாகமத்தைப் படித்தாலே அதனை அறிய முடியும் என்பதனை அறிந்து தேவனால் உணர்த்தப்பட்டு கிரேக்க மொழியிலிருந்து வேதாகமத்தை மொழி பெயர்க்க ஆரம்பித்தார்.

அந்த நாட்களில் ரோம பேரரசில் பாவ மன்னிப்பு என்பது பணம் செலுத்தி பெறப்படுவதாகும். சபைக்கு வரும் பணத்தை தாங்கள் சொந்தமாகக் செலவழித்து கொள்ளலாம் என்ற காரியங்களும் நடைபெற்று வந்தது. எனவே ரோம அரசாட்சியில் வேதாகமத்தை வாசிக்கும் போது கடவுள் மூலம் நேரடியாக

பாவமன்னிப்பு பெறலாம் என்பதை அறிந்து கொள்வார்கள் என்பதற்காக வேதாகமத்தை மொழிபெயர்க்கவோ, பிரசங்கம் பண்ணவோ கூடாது என்கிற சட்டம் பிரசுரிக்கப்பட்டிருந்தது. மீறி மொழிப் பெயர்த்தாலோ, பிரசங்கம் செய்தாலோ அவர்கள் கொலை செய்யப்படுவார்கள் என்று அறிவிக்கப்பட்டிருந்தது.

ஹென்றி-8 என்ற அரசர் அப்படி சட்டம் இயற்றியிருந்தார். டின்டேல் ஜெர்மனி சென்று வேதாகமத்தை மொழி பெயர்த்தார். எனவே சிறையில் அடைக்கப்பட்டிருந்தார். அங்கும் மொழி பெயர்த்தார். புதிய ஏற்பாட்டினை மொழி பெயர்த்து முடித்து விட்டு பழைய ஏற்பாட்டை மொழி பெயர்க்கும் போது தனது நண்பர் ஒருவரால் காட்டிக் கொடுக்கப்பட்டு ஒரு கம்பத்தில் கட்டி வைக்கப்பட்டு கழுத்து நெரிக்கப்பட்டு கொலை செய்யப்பட்டார். அவர் மரிப்பதற்கு முன் ஜெபித்தார். ஆண்டவரே இங்கிலாந்து

அரசர்கள் வேதாகமத்தை மொழி பெயர்க்க அனுமதி வழங்கிட வேண்டும் என ஜெபித்து பின் மரித்தார். அவரது ஜெபம் 3 ஆண்டு கழித்து கேட்கப்பட்டது,

இங்கிலாந்து அரசர் கிங் ஜேம்ஸ் என்பவர் அரசாட்சி செய்த போது டின்டேல் மொழி பெயர்த்த பதிப்பு ஆங்கிலத்தில் மொழி பெயர்க்கப்பட்டது. அதுவே கிங் ஜேம்ஸ் வெர்ஷன் என்னும் KJV வேதாகமம், அதிலிருந்து தான் பின்பு வந்த எல்லா மொழி பெயர்ப்புகளும் வந்தது. டின்டேல் ஆண்டவர் தனக்கு உணர்த்திய காரியமான வேதாகமத்தை மொழி பெயர்க்கும் காரியத்தில் தன் உயிரையே தியாகம் செய்து முடித்தார். இதனை வாசிக்கும் அன்பானவர்களே கர்த்தர் நமக்கென்று தந்திருக்கும் அவரது பணியினை சிறு இடையூறு வந்தாலும் விட்டுவிட வேண்டாம். அவரது நோக்கத்தினை நிறைவேற்றுவோம்.

இந்தியாவிலும் தமிழ்நாட்டிலும் மிஷெனெரிகள் தியாகத்தில் உருவான பள்ளிகள் மருத்துவமனைகள், ஆதரவற்றோர் இல்லங்கள் போன்றவை அவர்களின் தியாகத்தை நமக்கு நினைப்பூட்டுகின்றன.

ஏமி கார் மைக்கேல் அயர்லாந்து நாட்டிலிருந்து இந்தியாவில் உள்ள திருநெல்வேலி மாவட்டத்தில் தேவதாசிகளாக மாற்றப்பட்ட பெண் சிறுமிகளை மீட்டு இல்லம் நிறுவினார். இவர்கள் தங்கள் சொந்த தாய்நாட்டிலே வசதியோடு இருந்திருக்கலாம். இரத்தம் சிந்தி தன்னை மீட்டுக்கொண்ட உயிர்த்தெழுந்த கிறிஸ்துவின் அன்பிற்கு அடிபணிந்து பரிசுத்தத்தைக் காத்துக் கொண்டவர்களாக, தனது தேசங்களை விட்டு விட்டு வேறு அந்நிய தேசத்திலே தொண்டு செய்தனர். அதில் பலர் தன் தாயகம் திரும்பவே இல்லை.

தன்னை ஆட்கொண்ட இறைவனின் பணியினைச் செய்ய வந்த இவர்களின் அருட்பணிகள் இன்றும் அவர்கள் நிறுவிய நிறுவனங்கள் நமக்கு சுட்டிக் காட்டுவது நமது பணியும் அவர்களைப் போல் அன்போடே பிறருக்காகப் பணி செய்வது என்பதே. கிறிஸ்து இவ்வுலகிற்கு வந்த நோக்கத்தினை நிறைவேற்றி முடித்தார். நம் ஒவ்வொருவருக்கும் ஒரு நோக்கத்தினை இறைவன் வைத்துள்ளார். அவர்கள் மூலம் நிறுவப்பட்ட நிறுவனங்கள் தொடர்ந்து சேவை மனப்பான்மையில் பணி செய்ய யாவரும் எதிர்பார்க்கின்றோம்.

(left to right Top to bottom)

Mother Theresa, Adam Andrew, Robert Caldwell, Seganpaul,Ragland,Sarah Tucker, Amy Carmichael,Rhenius, Clarinda, William Carey,

Ida_S._Scudder, Thomas walker, Arthur Margoschis, Hudson taylor, Rhenius,

Anderson, william_tyndale,C.T Studd, George Muller, Gramham strains

இப்புத்தக ஆசிரியர்

திருமதி. ஸ்டெல்லா ராஜகுமார், M.Sc. (Psy) M.Ed. இவர்கள் ஏழு ஆண்டுகள் தொண்டு நிறுவனத்தில் சமூக பணியிலும், 10 ஆண்டுகள் உளவியல் விரிவுரையாளராக ஆசிரியர் பயிற்சி நிறுவனத்திலும், 26 ஆண்டுகள் குடும்ப நல ஆலோசனை நிலையத்தில் குடும்ப நல ஆலோசகராகவும் பணியாற்றியுள்ளார்கள். இவர்கள் பணிமூலம் பல பிரிந்த குடும்பங்கள் இணைக்கப்பட்டுள்ளது. விதவைகள், கணவரால் கைவிடப்பட்டோர் பயனடைந்துள்ளனர். ஆதரவற்ற மாணவர்கள் கல்வி கற்று நல்ல நிலையில் வந்துள்ளனர்.

Contact us: Kirubalayam

Email :kirubalayamorg@gmail.com

Youtube:
https://www.youtube.com/channel/UCI-uyvhEOIZ8RMZro_JbvwQ

Anchor:
https://podcasters.spotify.com/pod/show/kirubalayam

Spotify:
https://open.spotify.com/user/317ogpee5hyxg7njuuosryis3lyu

Instagram:
https://www.instagram.com/kirubalayam/

Amazon Music:
https://music.amazon.co.uk/podcasts/645326ba-e335-4ced-b79d-562cc73d98da/kirubalayam

Google Podcast:
https://podcasts.google.com/feed/aHR0cHM6Ly9hbmNob3IuZm0vcy85Y2JmZjFlOC9wb2RjYXN0L3Jzcw?sa=X&ved=0CAMQ4aUDahcKEwiIidDf57j4AhUAAAAAHQAAAAAQAQ&hl=en-IN

Fb: https://www.facebook.com/Kirubalayam/

Twitter:https://twitter.com/kirubalayam

Threads:
https://www.threads.net/@kirubalayam

Image Credits :

(back cover) Photo by Dan Whitfield from pexels.com
(front cover) free wallpaper from wallpaperbat.com

Credits: Cover designed by Astratekcreations.

www.ingramcontent.com/pod-product-compliance
Lightning Source LLC
LaVergne TN
LVHW021201160826
845679LV00024B/2200

* 9 7 9 8 8 9 0 6 7 1 8 5 1 *